Happy Birthday Vana!

Tsiku Lachimwemwe
Lakubadwa kwa Vana!

Judith Makaniankhondo Nyirenda

HAPPY BIRTHDAY VANA!

TSIKU LACHIMWEMWE LAKUBADWA KWA VANA!

© Judith Makaniankhondo Nyirenda, 2019
Published by Flankó Press, London, UK

ISBN 978-0-9957068-3-5
Book design and layout: Manfred Lemke, Flankó Press (Iceland)
Photography: Judith Makaniankhondo Nyirenda
Photo on back cover: Asun Olivan Photopraphy, UK
Printing: Lightning Source (UK, USA, AU)

Dear Vana

This book is a present for you, our daughter, on your sixth birthday. This year, you will go to school on World Book Day dressed up as a character that looks as close to yourself as your reflection in the mirror. I don't think there is a better gift. Through this book, so many other children will have the same awesome experience. How amazing is that!

Love you so much,

Mummy.

Okondeka Vana
Bukhu iri ndi Mphatso yako mwana wathu pa tsiku limene wakwanitsa zaku zisanu ndi chimodzi. Chaka chino upita ku sukulu pa Tsiku Lokumbukira ma Bukhu pa Dziko lonse la Pansi utavala ngati mtengambali mu chifanifani cha monga m'mene umaonekera mu kalirole. Ndiyesa palibenso mphatso ingapose pamenepa! Kupyolela mu bukhu limeneli, ana enanso akhala ndi mwayi wopambana ngati umenewu. Nkhani yokoma kwambiri eti!

Ndi chikondi chodzadza,

Amayi

1

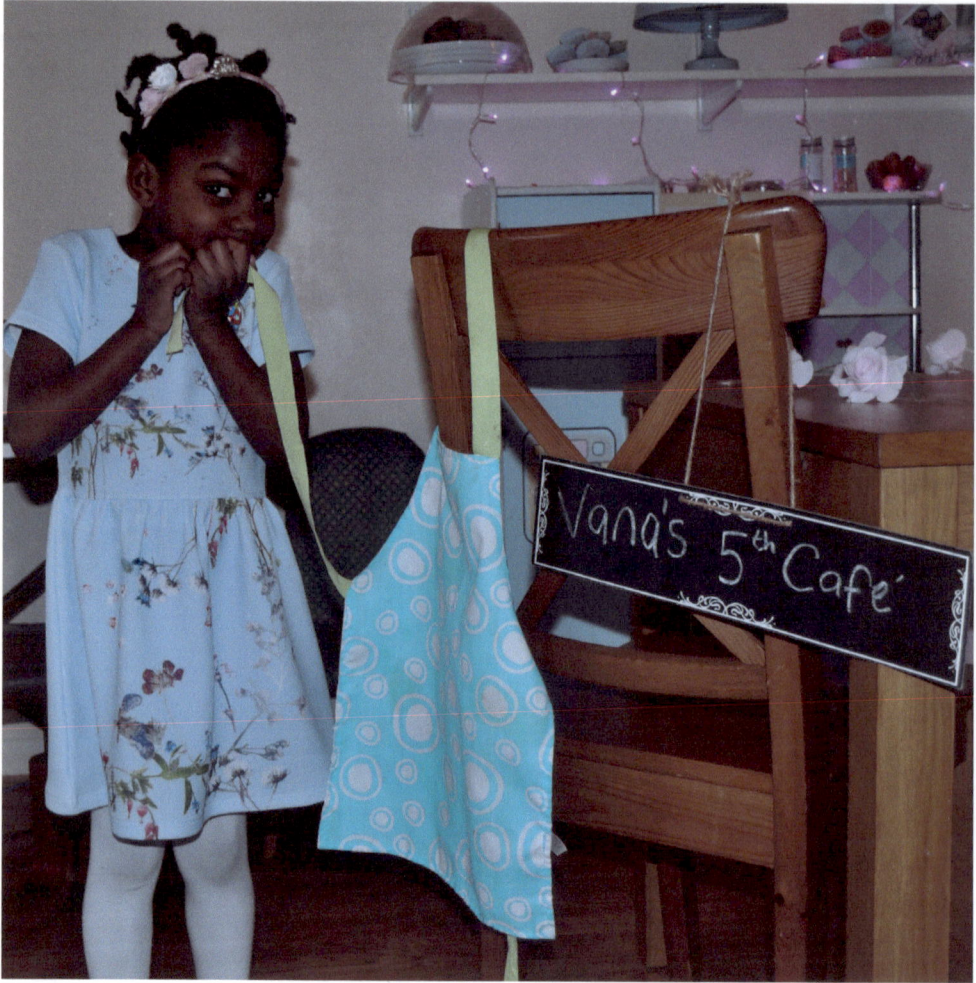

Today is Vana's Birthday.

Lero ndi tsiku limene Vana anabadwa.

Vana is very happy.

Vana ali okondwa kwambiri.

Vana's mummy is very happy.

Vana's sister is very happy.

Vana's brother is also very happy.

Amayi ake a Vana ndi okondwa
kwambiri.

M'chemwali wake wa Vana ndi
okondwa kwambiri.

M'chimwene wake wa Vana alinso ndi
chimwemwe m'tsaya.

Vana has received a present.

Vana walandira mphatso.

Vana is having a party.

Vana akhala ndi phwando.

Vana is decorating cup cakes for her friends.

Vana akukongoletsa makeke a anzake.

Look at Vana's birthday cake!

Onani keke ya tsiku lobadwa la Vana!

Happy Birthday Vana!
May God bless you!

Tsiku la chimwemwe lobadwa Vana!
Mulungu akudalitse!

"Thank you very much"
Vana said to everyone.

"Zikomo kwambiri"
Vana athokoza onse.

Vana drew a picture of all her friends who came to her party.

Vana anajambula chithunzi cha anzake onse omwe anabwela ku phwando lake.